Bahaghari sa Kalawakan

Translated to Filipino from the English version of
Rainbow on the Horizon

Vidya Gopinath

Ukiyoto Publishing

All global publishing rights are held by

Ukiyoto Publishing

Published in 2023

Content Copyright © Vidya Gopinath
ISBN 9789360162665

All rights reserved.
No part of this publication may be reproduced,
transmitted, or stored in a retrieval system, in any
form by any means, electronic, mechanical,
photocopying, recording or otherwise, without the
prior permission of the publisher.

The moral rights of the author have been asserted.

This is a work of fiction. Names, characters, businesses,
places, events, locales, and incidents are either the
products of the author's imagination or used in a
fictitious manner. Any resemblance to actual persons,
living or dead, or actual events is purely coincidental.

This book is sold subject to the condition that it shall
not by way of trade or otherwise, be lent, resold, hired
out or otherwise circulated, without the publisher's
prior consent, in any form of binding or cover other
than that in which it is published.

www.ukiyoto.com

Talaan ng Nilalaman

Kulay Pula	1
Mga Panahon na Dala-dala Ko	3
Doon sa Kalawakan	5
Ang Panulat ang Sumusulat ng Kuwento	6
Kuwentong Ipinagsaysay at Hindi Ipinagsaysay	7
Nawawala ang mga Salita	8
Kung ang mga Hangarin ay May mga Pakpak	9
Ang Araw na Ako'y Naging Makata	10
Dalawang Magkaibang Tao	11
Ang Aking Pagpapahalaga sa Sarili	12
Paglalakbay ng Pagpapalakas	13
Sayaw ng Kamatayan	14
Ang Aking Anino	15
Bitawan ang mga Pangarap Ko	16
Hindi Nagbabalik na Pag-ibig	17
Lumaya	18
Ako ay isang Impostor	19
Lumayo	20
Lamang Isang Imahinasyon	21
Hindi Mo Ako Maaaring Maabot	22
Tumak-tak sa Pinto	23
Ang Pagiging ng Koma Ngayon	24
Walang Katawan, Walang Krimen	25

Ang pag-ibig ay isang Imahinasyon	26
Diretso sa Aking Puso	27
Isang Larawan mula sa Aking Imahinasyon	28
Panghihinayang	29
Mga Pangakong Nabasag	30
Bitawan ang Aking Mga Pagkakamali	31
Patak ng Bumabagabag na Bihira	32
Mga Salitang Nakamamatay o Palaso?	33
Huwag na Huwag Sisisihin ang Iyong mga Paa	34
Mga Inaasahan	35
Manatili Nang Mas Matagal	36
Ang Pag-ibig ay Isang Ilusyon	37
Ang Kaluluwa Ay Nagnanais ng Kapayapaan	38
Ang mga Mata'y Tumititig Pabalik	39
Nagnanais akong maging isang Bituin	40
Pintuan na Umiikot sa Loob ng Hiyas	41
Ang Araw Nagpapaalam	42
Iwanan ang Likuran	43
Binasag Mo ang Aking Puso	44
Ang Aking Tinig	45
Nakikita Ko ang mga Mata	46
Ang Aking Mga Pangarap	47
Blangkong Papel	48
Nabakong sa Labirinto	49
Tinatangay na Sinag ng Araw	50
Tungkol sa May-Akda	51

Kulay Pula

Pula ang kulay,
Napakaliwanag at malakas.
Kulay ng bagong kasal,
Nakikita sa kanyang vermilion
At sa kanyang maliwanag na saree.

Ang kulay tulad ng kamatis,
Pula para sa pagka-kukulit.
Habang ang pula, ang kulay,
Ay para rin sa pag-ibig,
At sa kasiyahan na pantay.

Pula para sa pagnanasa,
Pula para sa sakit,
At pula para sa galit.
Kulay ng lahat ng damdamin,
Ang pula ay napakaliwanag,
Na nagbababala ng panganib,
At ng rebelyon.

Naglalarawan ng kamatayan,
Ang kulay ng dugo,
Tulad ng init ng apoy,
At puno ng kapangyarihan.

Iba't ibang tono,
Ngunit para sa bawat babae.

Mga Panahon na Dala-dala Ko

Ang mga panahon na dala-dala ko,
Parang kayamanan sa aking puso,
Ang tag-init at tag-araw na maliwanag.
Alaala ng nakaraan,
Ng isang matamis na pag-ibig na nawala.
Kahanga-hanga tulad ng isang malaking kahon ng kayamanan,
Na puno ng maliliit na kasiyahan ng tagsibol.
Ang kahinhinan ng maamong pag-ibig na iyon,
Nang dumampi ka sa aking buhay,
Tulad ng sariwang simoy ng hangin.
Para sa akin, ikaw ay napakaganda,
Isang marahang haplos na nagliyab sa aking puso.
Ang mga yakap at mahiyain na halik na iyon,
Mga lakad na magkahawak kamay, sa mga bulaklak na kasiyahan.
Sinusundan ng araw-ibong tag-init, panahon ng init,
Na naglalarawan ng mga kuwento ng kahanga-hangang unang pag-ibig.

At mga alaala ng mga ngiti, na napakatamis.
Mamaya, dumarating ang taglagas,
At oras na para sa isang pamamaalam.
Unang pagsabog ng puso, at mga luha sa mata.
Oh! para sa mga panahong dala-dala ko,
Isang pighati na nanatili hanggang sa ngayon.

Doon sa Kalawakan

Tulad ng isang naputol na ark,
Doon sa kalawakan,
Mayroong nakamamatay na pagtingin ng pula.
Lumulubog sa pagitan ng mga bundok,
Isang palatandaan ng madilim na gabi,
Habang ito'y pinapanood ko mula sa layo,
Nakaupo sa bangko sa balkonahe.

Ang Panulat ang Sumusulat ng Kuwento

Samantalang ako'y nagpapakahirap
Upang hanapin ang mga salita
Na magbibigay-lunas
Sa kaluluwa,
Ang aking panulat ay lumalayo
Mula sa akin
Naghahanda para
Sa isang kuwento
Na sarili nitong tatahakin.

Kuwentong Ipinagsaysay at Hindi Ipinagsaysay

Kapag ang panulat ay sumasalubong sa papel,
Ito'y nagtatrabaho nang magkasama
Upang lumikha,
Ng isang mundo ng mga salita.
Mga kuwento, parehong
Naisaad at hindi pa nasasabi.

Nawawala ang mga Salita

Madalas, nawawalan ako ng mga salita,
Sa mismong okasyon.
At bumabalik ako,
Sa mga pahinang puno ng pagsisisi.
Anong ironya nga,
Kapag ang mga salita
Ang aking lakas.
Kapag ito'y nabubunyag,
Sa anyo ng mga sulat.

Kung ang mga Hangarin ay May mga Pakpak

Kung ang mga hangarin ay may mga pakpak,
At maaaring lumipad.
Ito'y lilipad nang malaya,
Upang maghagis ng isang lambat na mataas
At hulihin ang mga pangarap
Na lumilipad sa taas.
Iiwan nito ang ating mga pagsisisi,
Naiwan sa alikabok ng nakaraan.

Ang Araw na Ako'y Naging Makata

Ang araw na ako'y naging makata
Ay ganap na malinaw sa aking isipan ngayon.
Kung saan ang kaguluhan ang naghari bilang reyna
At ang mga alaala ay naglunsad ng pagsalakay.
Isang pagsalubong ng aking sariling mga kaisipan
Ang bumahagi at sumakop sa aking kaluluwa.
Pinagsumikapang pilitin akong sumuko at ibuhos
Ang mga salita sa dulo ng aking panulat.
At habang ako'y nagpapakumbaba sa kanyang malumanay na kaguluhan
Mga damdamin, nagkukunwaring aking sariling pag-ibig
Sumasalampak sa isang papel nang nakakapukaw,
Nahahamak ako na tuparin ang aking tadhana.

Dalawang Magkaibang Tao

Ako ay ako,
At ikaw ay ikaw.
Dalawang magkaibang tao tayo,
Magkasama man o magkahiwalay,
Ang ating paglalakbay
Patuloy na umaabot.

Ang Aking Pagpapahalaga sa Sarili

Nahulog ako sa pag-ibig sa aking sarili,
Noong araw na iniwan kita,
Para sa aking pagpapahalaga sa sarili.
At napagtanto ko,
Kailangan ko lamang ang sarili ko,
Upang mabuhay ng masaya.

Paglalakbay ng Pagpapalakas

Bawat hakbang,
Mabagal man o mabilis,
Na ating ginagawa
Palayo sa
Pang-aapi,
Ito'y isang paglalakbay,
Patungo sa ating
Pagpapalakas.

Sayaw ng Kamatayan

Nakikita ko ang kamatayan habang sumasayaw,
Sa ibabaw ng aking katawan at ako'y lumalamig.
Ito'y nagpapakilala ng kanyang presensya,
At sa tuwa, ito'y una'y kumakapit sa aking mga pagsisisi,
Iniwan ang mga ito sa lupa.
Pagkatapos, ito'y umabot sa aking mga kahinaan,
Iniwan din ang mga ito dito nang dalawang-kapal.
Bawat linya ng aking mga pagsuko,
At ang aking pananaghili ay natagpuan ang tahanan nito sa lupa.
Lahat ng mga hangad at pagmamahal ko para sa lahat,
Kasama ng mga materyal na bagay na aking pag-aari,
At ang aking buhay at ang mga nagdadalamhati na iniwan ko.
Bilang lamang ang aking kaluluwa ang sumusunod,
Kasama ang kamatayan tungo sa ibang tahanan na malayo.

Ang Aking Anino

Ako at ang aking anino ay tulad;
Ng dalawang mukha ng isang barya.
Magkasama bilang isa,
Ngunit tinitingnan ang iba't iba.
Katulad ng dalawang panig ng haligi,
Na magkabibitay sa isang bilog.
Ang aking hinahangaan at kinamumuhian nang sabay,
At nasa akin ang kapangyarihan,
Kung alin ang papahintulutan kong mangibabaw.
Minsan, hawak ko ang aking mga anino nang malapit,
Mas malapit kaysa sa aking mga kasama.
At naglalakad kami na magkahawak kamay,
Dahil alam kong sila ay bahagi ng akin.
At tunay na kumapit sa aking kaluluwa,
Hindi kailanman nagkahiwalay sa akin.
Kaya't hindi ko kailangang katakutan ang kanilang pagtataksil.

Bitawan ang mga Pangarap Ko

Tumingin ako sa malawak na karagatan,
At nagpapakawala ng aking mga pangarap.
Ito'y isang maliit na tuldok na lamang ngayon,
Parang isang pirasong alikabok.
Layo na ito sa mga baybayin
Ng aking buhay.
Papunta sa isang di-kilalang lupa sa kabila.

Hindi Nagbabalik na Pag-ibig

Ang sakit ng hindi nagbabalik na pag-ibig,
Hindi nanggagaling sa pagtanggi.
Hindi rin sa walang pakialam,
Kundi higit pa sa napakalinaw na pagpapanggap.
O sa mga pagkakataong paminsan-minsan lang nagpapakita ng pag-aalala.
Dahil ang kaluluwa ay patuloy na nagnanais
Ng pagkilala sa kanyang pag-ibig.

Lumaya

Habang nakatayo ako ngayon sa mga labi,
Ng kung ano kami noon.
Bumalik ako sa aming buhay,
Kung saan bawat salita na binitawan,
O anumang gawang nagawa ay alinsunod sa iyong pili.
Doon, wala akong sariling tinig,
Ang aking mga desisyon ay nabubuhay sa mga lilim.
Ako'y lamang isang eko mo,
At wala akong sariling presensya.
Ngunit ngayon ay natanto ko na ang aking inakalang mga labi,
Ay isang bukas na lupain kung saan ako nabubuhay at humihinga,
Bilang AKO na may sariling pagkakaroon,
Hiwalay at malayo sa IYO.

Ako ay isang Impostor

Nararamdaman kong ako'y isang impostor,
Samantalang ang mga tao'y nagbubunyi,
Para bang ang mga salitang iyon ay hindi sa akin.
Parang ang mga nasa likod ng mga ito,
Ay bago sa akin.
Nararamdaman kong ako'y isang tagapanggap,
Habang nahihirapan akong ipaliwanag na
Ang mga salitang naglalakad,
Ay lamang ang tinta ng pluma,
Na dumadaloy sa isang pahina,
At hindi ang aking sariling gawa.

Lumayo

Lumayo mula sa pang-aabuso,
Lumayo mula sa kabastusan,
Lumayo mula sa panganib,
Lumayo mula sa pananakop.
Maaaring lumapit sila sa iyo,
Nakapagtago sa balat ng tupa,
Ngunit alamin kung kailan ka dapat lumayo.

Lamang Isang Imahinasyon

Inilapit ko ang aking kamay
Upang dalhin ka sa aking piling.
Ngunit hindi kita maabot,
At ikaw ay unti-unting naglaho.
Nawala tulad ng usok,
Isang malikhaing imahinasyon ka lamang.

Hindi Mo Ako Maaaring Maabot

Kung hindi mo ako maaaring maabot,
Lubos itong pagkabigo mo.
Dahil hindi mo kailanman ginugol ang oras,
Upang mas maunawaan ako.
Ngunit mas mabuti ako ngayon,
Dahil kinikilala ako sa aking halaga.

Tumak-tak sa Pinto

Ang pag-ibig ay laging nagtatago sa akin,
Kaya't tigilan ko na ang paghahanap nito.
Ngunit bigla na lang, ang aking pagkakatulog,
Ay binulabog ng isang taktaktak.
Hindi ito sa aking pinto nangyari,
Kundi direkta sa aking pusong kalaliman.
Dumating ito tulad ng isang mahinang simoy,
At pagsakop sa akin ng isang malakas na bagyo.

Ang Pagiging ng Koma Ngayon

Ang koma, upang palawigin ang pangungusap,
Ngayon ay tila isang ganap na tigil.
Binabago ang kahulugan,
Dahilin ito patungo sa wakas,
Di-kumpletong at nasira.

Walang Katawan, Walang Krimen

Walang katawan, walang krimen.
Oh! Ngunit ito'y napakapangit,
Ang sugatan na puso
Na nasa kanyang kamay,
Hawak ng munting sinulid ng buhay
Nagsasalaysay ng ibang kuwento sa akin.

Ang pag-ibig ay isang Imahinasyon

Ang pag-ibig ay isa lamang imahinasyon,
Hindi ito maipapanatili nang mas malapit.
Sumasalampak mula sa pagkakahawak,
Hindi ito maipuwersa nang higit pa.
Ito'y umaalis at nauupos,
Iniwan ang isang puwang.
Ngunit, ito'y isang damdaming
Lubusang bumabalot,
Kapag tayo ay nagmamahalan.

Diretso sa Aking Puso

Ang iyong mga mata lamang,
Ang tumusok palabas,
Diretso sa aking puso.
Ngunit natuklasan ko na
Mas madali kitang iwan,
Kapag ang aking dangal ay humiling
Ng isang sariling pagkakakilanlan.

Isang Larawan mula sa Aking Imahinasyon

Binabagtas ko ang pag-ibig
Na sumasalampak sa akin,
Kapag ikaw ay dumaan sa tabi ko.
Ngunit hindi ko madaling mapagtanto
Na ikaw ay isang imahinasyon lamang,
Halos isang larawan lang,
Na nabuo mula sa aking imahinasyon.

Panghihinayang

Narinig ko lamang ang tunog ng pagkabasag,
At hindi naramdaman ang sakit na kasama.
Akala ko ang mga luha,
Sa aking pisngi,
Ay ulan na nagpatak,
At hindi namalayan
Na ang tunog
Ay mula sa aking panghihinayang.

Mga Pangakong Nabasag

Mahigpit kong hawak
Ang mga piraso
Ng mga pangakong nabasag.
At isang puso na sugatan
Ngunit pinalaya ang mga salita
Na sumira sa aking katahimikan.

Bitawan ang Aking Mga Pagkakamali

Iniiwan ko
Ang aking mga pagkakamali
At iniwan ito sa likod
Sa alikabok.
Upang ang tama lamang
Ang aking abutin,
Tuwid tulad ng
Isang patalim na dumiretso.

Patak ng Bumabagabag na Bihira

Maliliit na kristal na yelo na bumabagabag, bumagsak sa lupa

Sa isang malilikot na bukol, ngunit tila hindi malinaw at kristal.

Habang ito'y bumabagsak mula sa mga ulap na napakalamig,

At nag-iingay sa ilalim ng iyong tsinelas.

Ngunit ito'y bumabagsak ng mas malakas at mas malakas

Inuupuan ang buong paligid,

At madilim at basa sa paligid.

Pinapalalim nito ang aking pagbagsak,

Sa kalungkutan ng pagdating ng taglamig.

At ang lungkot ay sumisidhi,

Sumasapo sa aking katauhan,

Habang sinusubukan kong hanapin ang liwanag ng araw.

Mga Salitang Nakamamatay o Palaso?

Ang mga salita ay maaaring mas mapaminsalang,
Kaysa pinakamatulis na mga palaso;
Tumatagos diretso sa puso,
Inaalis ang buong pagpapahalaga sa sarili;
Iniwan ang isang kahungkagan lamang,
Isang anino ng aking dating sarili.

Huwag na Huwag Sisisihin ang Iyong mga Paa

Huwag na huwag sisihin ang iyong mga paa,
Dahil hindi sapat ang kaalaman
Na lumayo.
Huwag sisihin ang iyong tinig
Na hindi naglalabas ng ingay,
Noong ikaw ay inabuso.
Sisihin ang iyong halaga sa sarili,
Dahil hindi sapat ang iyong lakas
Upang labanan ang mga tradisyon;
Na nagbubuyo sa iyo mula sa lahat ng dako,
At nagpapanatili sa iyo sa iyong pangako.

Mga Inaasahan

Ang mga Inaasahan ay laging
Nagdudulot ng pagkabigo!
Kaysa sa palaging pagwawasto
Sa iba,
Mas gugustuhin ko ang maging
Tulad ng kakanin na nais kong magkaroon.

Manatili Nang Mas Matagal

Manatili nang kaunti pa,
Ngunit mas matagal,
Dahil ang mundo
Ay hindi ganap na maganda;
Kapag wala ka roon!

Ang Pag-ibig ay Isang Ilusyon

Ang pag-ibig ay isa lamang ilusyon,

Sinasabi ito ng lahat, kasama ako.

Ito'y tulad lamang ng isang talinghaga,

Isang salamin na sumasalamin sa iyong mga inaasahan.

Kung gayon, bakit ito'y lubhang nasasaktan

Kapag pinapakawalan?

Ang Kaluluwa Ay Nagnanais ng Kapayapaan

Isang kaguluhan na walang patid,
Kaguluhan at kalituhan,
Naghahari sa bawat sulok.
Mayroon lamang ingay na magkakasama,
Maingay at maligalig,
Naglilibot sa aking isipan.
Walang kahit anong hinto ng katahimikan,
At ang ninanais ng aking kaluluwa
Ay ang katahimikan at kapayapaan.
Lumulutang sa malambot at tahimik,
Binibigyang-ginhawa ang aking isipan.

Ang mga Mata'y Tumititig Pabalik

Mga mata na tumititig pabalik sa akin,
Hubad at walang kaluluwa,
Tumitig na walang sigla at walang buhay.
At ang mukha na nagbuka pabalik,
Hindi ko namalayan na akin pala ito.
Hanggang sa ang pagmumukha sa salamin,
Tinawag ako patungo rito.

Nagnanais akong maging isang Bituin

Nagnanais akong maging isang bituin,
Na kumikislap nang malakas.
Ang usapan ng mga tao,
Ngunit hindi ko akalaing
Magtatapos akong kumikislap,
Ngunit mula sa ilalim ng kumunoy.

Pintuan na Umiikot sa Loob ng Hiyas

Tumapak ako sa loob ng pasilyo
At naramdaman ang pintuan na umiikot,
Na nagkabukas na sumara sa likod ko.
Samantalang ang ilang iba pa
Na pumasok bago ako,
Tahimik na nanonood;
Samantalang ako'y bumabagtas nang paunti-unti
Sa daan patungo sa impyerno.

Ang Araw Nagpapaalam

Narinig ko ang mahinang tunog ng araw,
Na nagpapaalam sa kanluran.
At ang kulay kahel ay biglang sumilay,
Kasama ang itim na madilim na langit.
At ang pag-ungol ng gabi ay nawawala.

Iwanan ang Likuran

Iwanan,
Iwanan ang mga tanikala.
Lumayo,
Lumayo mula sa sakit.
Isuot mo,
Isuot ang iyong pagpapahalaga sa sarili.
Pagmamay-ariin mo,
Tulad ng iyong dangal,
At isang tropeo
Na iyong napanalunan.

Binasag Mo ang Aking Puso

Binasag mo ang aking puso,
Hindi dahil hindi mo nauunawaan
Ang aking pagmamahal.
Kundi dahil natanto mo,
Mayroon itong kapangyarihan,
Na gawin kang
Ibigin din ako!

Ang Aking Tinig

Mas gusto ko ang aking sarili
Kapag mayroon akong tinig,
Na tumitibag sa katahimikan.
Nagsusulong para sa mga sugatan.
Hindi kapag sumusuko ako
Sa mga tanikala ng tradisyon.
Na pumuputol sa aking mga pakpak,
At bumubuo sa akin
Ng isang puting estatwa.
Na parehong namamalagi at tahimik!

Nakikita Ko ang mga Mata

Nakikita ko ang mga mata
Na tumitingin sa akin,
Nagtatanong sa halaga ko.
Naririnig ko ang mga dila na sumasawsaw,
Nagtatanong sa bawat aksyon ko.
Ngunit hindi ko nakikita ang anumang kamay
Na hahawak sa akin,
Kapag ako'y malapit nang mahulog.

Ang Aking Mga Pangarap

Ang mga pangarap ay tumitingin sa akin,
Nakatayo nang matatag sa malayo.
At aking inaabot ang aking mga kamay,
Lamang upang humawak.
Ngunit ang aking natatanggap ay isang baku-bako,
Dahil ang aking mga pangarap ay nagiging singaw,
Naglalaho sa harap ng aking mga mata.

Blangkong Papel

Blangko tulad ng papel na ito,
Kung saan dapat ko ilabas
Ang aking damdamin.
At walang tinta,
Tulad ng hawak kong pluma.
Ang aking isip ay naglalakbay,
Handang magsalaysay ng kuwento.
Ngunit ang mga katha ko
Sa papel,
Laging nagsasalaysay ng iba!

Nabakong sa Labirinto

Ang kadiliman ay dumating,
Bilang ang mga gumuho ng mga lumang silid
Ay bumabato ng malagkit na lambat
Upang hulihin ako sa kanilang
Manipis na kawad na nagkakaribal.
Parang ako ang hinihuli,
Inaasam na mahuli,
Sa madilim, masiksik,
At alikabok na lambat
Na naglilibing sa akin nang malalim.

Tinatangay na Sinag ng Araw

Mga gintong sinag ng araw
Na kumikinang nang malakas
Sumasakit sa aking mga mata
Binubulag ako sa katotohanan
Na patuloy na tumitingin sa akin
Sa mga mata na nakapikit
Na nagkuwento ng pighati
At mga sugat sa kaluluwa
Iniwan ang pag-iisa lamang

Tungkol sa May-Akda

Ipinanganak sa Calicut, Kerala, mayroong Master's Degree sa Komunikasyon at Pahayagan, kasalukuyang nagtatrabaho ako sa isang nangungunang kumpanya sa online na edukasyon sa Bangalore. Hindi ako pilosopo, isa lamang akong taong nag-iisip nang marami tungkol sa mga karaniwang bagay ng buhay. Isang baguhang makata at pangarap na manunulat.

Habang lumalaki ako, ang paborito kong mga lugar sa aking lugar ng kapanganakan ay ang mga tindahan ng libro at mga aklatan. Ang aking pagnanais sa pagbabasa ay unti-unting naging pag-ibig ko sa pagsusulat. Ang aking pangunahing karanasan bilang manunulat ay ang pagsusulat ng mga maikling artikulo sa Indian Express, habang nagtatrabaho ako bilang isang Intern doon. Kasama rin sa mga nailathalang gawa ko ang mga tula o artikulo sa mga magasin ng paaralan. Ang layunin ko ay magkaroon ng sariling puwang, sa mundo ng mga makata at manunulat, sa pamamagitan ng aking mga gawa. Ang kanyang unang aklat, "Ang Tinig - Bundok ng Damdamin," ay nagbigay sa kanya ng ilang mga papuri kabilang ang parangal na "Makata ng Taon 2022" mula sa Ukiyoto Publishing.

www.ingramcontent.com/pod-product-compliance
Lightning Source LLC
LaVergne TN
LVHW041635070526
838199LV00052B/3378